For Geraldine, Joe, Naomi,
Eddie, Laura and Isaac
M.R.

For Amelia
H.O.

Published by arrangement with
Walker Books Ltd, London
Dual language edition first published 2000
by Mantra Lingua Ltd
Global House, 303 Ballards Lane, London N12 8NU
www.mantralingua.com

This edition 2014

Printed in Letchworth UK FP251014PB11147228

Chúng Ta Đi Săn Gấu

We're Going on a Bear Hunt

Retold by
Michael Rosen

Illustrated by
Helen Oxenbury

Chúng ta đi săn gấu

Chúng ta sẽ bắt một con gấu thật to.

Ôi thật là một ngày đẹp trời!

Chúng ta nào có sợ gì đâu.

We're going on a bear hunt.

We're going to catch a big one.

What a beautiful day!

We're not scared.

Ấy chết! Cỏ!
Cỏ dài và uốn éo.
Chúng ta không thể đi ở phía trên đám cỏ.
Chúng ta không thể đi ở phía dưới đám cỏ.

Uh-uh! Grass!
Long wavy grass.
We can't go over it.
We can't go under it.

Ôi chà!
Chúng ta phải đi qua cỏ rồi!

Oh no!
We've got to go through it!

Loạt soạt!
Loạt soạt!
Loạt soạt!

Swishy swashy!
Swishy swashy!
Swishy swashy!

Chúng ta đi săn gấu
Chúng ta sẽ bắt một con gấu thật to.
Ôi thật là một ngày đẹp trời!
Chúng ta nào có sợ gì đâu.

We're going on a bear hunt.
We're going to catch a big one.
What a beautiful day!
We're not scared.

Ấy chết! Một con sông!
Một con sông sâu và lạnh.
Chúng ta không thể đi ở phía trên con sông.
Chúng ta không thể đi ở phía dưới con sông.

Uh-uh! A river!
A deep cold river.
We can't go over it.
We can't go under it.

Ôi chà!
Chúng ta phải lội qua con sông thôi!

Oh no!
We've got to go through it!

Tùm tũm!
Tùm tũm!
Tùm tũm!

Splash splosh!
Splash splosh!
Splash splosh!

Chúng ta đi săn gấu
Chúng ta sẽ bắt một con gấu thật to.
Ôi thật là một ngày đẹp trời!
Chúng ta nào có sợ gì đâu.

We're going on a bear hunt.
We're going to catch a big one.
What a beautiful day!
We're not scared.

Ấy chết! Bùn!
Bùn đặc sền sệt.
Chúng ta không thể đi ở phía trên lớp bùn.
Chúng ta không thể đi ở phía dưới lớp bùn.

Uh-uh! Mud!
Thick oozy mud.
We can't go over it.
We can't go under it.

Ôi chà!
Chúng ta phải lội đi qua bùn thôi!

Oh no!
We've got to go through it!

Lõm bõm!
Lõm bõm!
Lõm bõm!

Squelch squerch!
Squelch squerch!
Squelch squerch!

Chúng ta đi săn gấu
Chúng ta sẽ bắt một con gấu thật to.
Ôi thật là một ngày đẹp trời!
Chúng ta nào có sợ gì đâu.

We're going on a bear hunt.
We're going to catch a big one.
What a beautiful day!
We're not scared.

Ấy chết! Một cánh rừng âm u!
Một cánh rừng âm u rộng lớn.
Chúng ta không thể đi ở phía trên cánh rừng.
Chúng ta không thể đi ở phía trên cánh rừng.

Uh-uh! A forest!
A big dark forest.
We can't go over it.
We can't go under it.

Ôi chà!
Chúng ta phải đi xuyên qua cánh rừng thôi!

Oh no!
We've got to go through it!

Vấp váp!
Vấp váp!
Vấp váp!

Stumble trip!
Stumble trip!
Stumble trip!

Chúng ta đi săn gấu
Chúng ta sẽ bắt một con gấu thật to.
Ôi thật là một ngày đẹp trời!
Chúng ta nào có sợ gì đâu.

We're going on a bear hunt.
We're going to catch a big one.
What a beautiful day!
We're not scared.

Ấy chết! Một trận bão tuyết!
Một trận bão tuyết quay cuồng.
Chúng ta không thể đi ở phía trên trận bão tuyết.
Chúng ta không thể đi ở phía dưới trận bão tuyết.

Uh-uh! A snowstorm!
A swirling whirling snowstorm.
We can't go over it.
We can't go under it.

Ôi chà!
Chúng ta phải đi xuyên qua trận bão tuyết thôi!

Oh no!
We've got to go through it!

Ù ù ù !
Ù ù ù!
Ù ù ù!

Hoooo woooo!
Hoooo woooo!
Hoooo wooo!

Chúng ta đi săn gấu
Chúng ta sẽ bắt một con gấu thật to.
Ôi thật là một ngày đẹp trời!
Chúng ta nào có sợ gì đâu.

We're going on a bear hunt.
We're going to catch a big one.
What a beautiful day!
We're not scared.

Ấy chết! Một cái hang!
Một cái hang nhỏ và tối.
Chúng ta không thể đi ở phía trên hang.
Chúng ta không thể đi ở phía dưới hang.

Uh-uh! A cave!
A narrow gloomy cave.
We can't go over it.
We can't go under it.

Ôi chà!
Chúng ta phải đi xuyên qua cài hang thôi!

Oh no!
We've got to go through it!

Nhon nhón!
Nhon nhón Nhon nhón!
CÁI GÌ ĐÓ?

Tiptoe!
Tiptoe! Tiptoe!
WHAT'S THAT?

Một cái mũi láng bóng và ướt!
Hai vành tai to đầy lông lá!
Hai cặp mắt to thòng thọng!

NÓ LÀ CON GẤU!!!!

One shiny wet nose!
Two big furry ears!

Two big goggly eyes!

IT'S A BEAR!!!!

Nhanh lên! Quay ngược lại phải cửa hang! Nhón! nhón! nhón!

Quick! Back through the cave! Tiptoe! Tiptoe! Tiptoe!

Quay ngược lại qua trận bão tuyết! Ù ù ù! Ù ù ù!

Back through the snowstorm! Hoooo wooooo! Hoooo wooooo!

Quay ngược lại qua cánh rừng! Vấp váp! Vấp váp! Vấp váp!

Back through the forest! Stumble trip! Stumble trip! Stumble trip!

Lội ngược lại qua lớp bùn! Lõm bõm! Lõm bõm!

Back through the mud! Squelch squerch! Squelch squerch!

Lội ngược lại qua con sông! Tùm tũm! Tùm tũm! Tùm tũm!

Back through the river! Splash splosh! Splash splosh! Splash splosh!

Đi ngược lại qua đám cỏ! Loạt soạt! Loạt soạt!

Back through the grass! Swishy swashy! Swishy swashy!

Về đến cửa trước của chúng ta.
Mở cửa ra. Chạy lên lầu.

Ôi chà! Chúng ta quên đóng cửa trước rồi.
Xuống lầu trở lại.

Get to our front door.
Open the door. Up the stairs.

Oh no! We forgot to shut the front door.
Back downstairs.

Đóng cửa lại. Lên lầu trở lại.
Chạy vào phòng ngủ.

Shut the door. Back upstairs.
Into the bedroom.

Chạy lên giường.
Nằm dưới chăn.

Into bed.
Under the covers.

Chúng ta sẽ không đi săn gấu lần nữa.

We're not going on a bear hunt again.